Food & Exercise Journal

Copyright © 2014

Speedy Publishing LLC
40 E. Main St., #1156,
Newark, DE 19711
www.speedypublishing.co

Publisher's Note: This is a work of fiction. Names, characters, places, and incidents are a product of the author's imagination. Locales and public names are sometimes used for atmospheric purposes. Any resemblance to actual people, living or dead, or to businesses, companies, events, institutions, or locales is completely coincidental.

Speedy Publishing LLC©2014

Ordering Information:
Quantity sales. Special discounts are available on quantity purchases by corporations, associations, and others. For details, contact the "Special Sales Department" at the address above.

Food & Exercise Journal -- 1st ed.
ISBN 978-1-6328795-0-9

DATE : _______________

DAILY LOG

Mon   Tue   Wed   Thur   Fri   Sat   Sun

SLEEP   1 2 3 4 5 6 7 8 9 10

STRESS   1 2 3 4 5 6 7 8 9 10

EXERTION   1 2 3 4 5 6 7 8 9 10

ENERGY LEVEL   1 2 3 4 5 6 7 8 9 10

GLASSES OF WATER

1   2   3   4

5   6   7   8

BREAKFAST

____

____

____

____

____

LUNCH

____

____

____

____

____

DINNER

____

____

____

____

WARMUP

____

____

____

____

____

WORKOUT

____

____

____

____

____

RECOVERY

____

____

____

____

____

DATE : _______________

DAILY LOG

Mon	Tue	Wed	Thur	Fri	Sat	Sun

SLEEP 1 2 3 4 5 6 7 8 9 10

STRESS 1 2 3 4 5 6 7 8 9 10

EXERTION 1 2 3 4 5 6 7 8 9 10

ENERGY LEVEL 1 2 3 4 5 6 7 8 9 10

GLASSES OF WATER

1   2   3   4

5   6   7   8

BREAKFAST

____

____

____

____

____

LUNCH

____

____

____

____

DINNER

____

____

____

____

WARMUP

____
____
____
____
____
____

WORKOUT

____
____
____
____
____
____

RECOVERY

____
____
____
____
____
____

DAILY LOG

DATE : ______________

Mon	Tue	Wed	Thur	Fri	Sat	Sun

SLEEP   1 2 3 4 5 6 7 8 9 10

STRESS   1 2 3 4 5 6 7 8 9 10

EXERTION   1 2 3 4 5 6 7 8 9 10

ENERGY LEVEL   1 2 3 4 5 6 7 8 9 10

GLASSES OF WATER

1   2   3   4

5   6   7   8

BREAKFAST

____

____

____

____

____

LUNCH

____

____

____

____

DINNER

____

____

____

WARMUP

____

____

____

____

____

WORKOUT

____

____

____

____

____

RECOVERY

____

____

____

____

____

DATE : _______________   # DAILY LOG

Mon   Tue   Wed   Thur   Fri   Sat   Sun

SLEEP   1 2 3 4 5 6 7 8 9 10

STRESS   1 2 3 4 5 6 7 8 9 10

EXERTION   1 2 3 4 5 6 7 8 9 10

ENERGY LEVEL   1 2 3 4 5 6 7 8 9 10

GLASSES OF WATER

1   2   3   4

5   6   7   8

BREAKFAST

____

____

____

____

____

LUNCH

____

____

____

____

DINNER

____

____

____

____

WARMUP

____

____

____

____

____

WORKOUT

____

____

____

____

____

RECOVERY

____

____

____

____

____

DATE : _________________   # DAILY LOG

Mon	Tue	Wed	Thur	Fri	Sat	Sun

SLEEP   1 2 3 4 5 6 7 8 9 10

STRESS   1 2 3 4 5 6 7 8 9 10

EXERTION   1 2 3 4 5 6 7 8 9 10

ENERGY LEVEL   1 2 3 4 5 6 7 8 9 10

GLASSES OF WATER

1   2   3   4

5   6   7   8

BREAKFAST

____

____

____

____

____

LUNCH

____

____

____

____

____

DINNER

____

____

____

____

WARMUP

____

____

____

____

____

____

WORKOUT

____

____

____

____

____

____

RECOVERY

____

____

____

____

____

____

DATE : ______________   **DAILY LOG**

Mon   Tue   Wed   Thur   Fri   Sat   Sun

SLEEP   1 2 3 4 5 6 7 8 9 10   **BREAKFAST**

STRESS   1 2 3 4 5 6 7 8 9 10   _________________________

EXERTION   1 2 3 4 5 6 7 8 9 10   _________________________

ENERGY LEVEL   1 2 3 4 5 6 7 8 9 10   _________________________

GLASSES OF WATER   _________________________

1   2   3   4   _________________________

5   6   7   8

LUNCH   **DINNER**

_________________________   _________________________

_________________________   _________________________

_________________________   _________________________

_________________________   _________________________

WARMUP   **WORKOUT**   **RECOVERY**

____________   ____________   ____________

____________   ____________   ____________

____________   ____________   ____________

____________   ____________   ____________

____________   ____________   ____________

____________   ____________   ____________

DATE : _______________   # DAILY LOG

Mon   Tue   Wed   Thur   Fri   Sat   Sun

SLEEP   1 2 3 4 5 6 7 8 9 10   ## BREAKFAST

STRESS   1 2 3 4 5 6 7 8 9 10   _______________________________

EXERTION   1 2 3 4 5 6 7 8 9 10   _______________________________

ENERGY LEVEL   1 2 3 4 5 6 7 8 9 10   _______________________________

GLASSES OF WATER   _______________________________

1   2   3   4   _______________________________

5   6   7   8

LUNCH   ## DINNER

___________________________   ___________________________

___________________________   ___________________________

___________________________   ___________________________

___________________________   ___________________________

WARMUP   ## WORKOUT   ## RECOVERY

_______________   _______________   _______________

_______________   _______________   _______________

_______________   _______________   _______________

_______________   _______________   _______________

_______________   _______________   _______________

_______________   _______________   _______________

DATE : ___________________   DAILY LOG

Mon	Tue	Wed	Thur	Fri	Sat	Sun

SLEEP 1 2 3 4 5 6 7 8 9 10

STRESS 1 2 3 4 5 6 7 8 9 10

EXERTION 1 2 3 4 5 6 7 8 9 10

ENERGY LEVEL 1 2 3 4 5 6 7 8 9 10

GLASSES OF WATER

1   2   3   4

5   6   7   8

BREAKFAST

____

____

____

____

____

LUNCH

____

____

____

____

____

DINNER

____

____

____

____

WARMUP

____
____
____
____
____

WORKOUT

____
____
____
____
____

RECOVERY

____
____
____
____
____

DATE : _______________   DAILY LOG

Mon	Tue	Wed	Thur	Fri	Sat	Sun

SLEEP 1 2 3 4 5 6 7 8 9 10

STRESS 1 2 3 4 5 6 7 8 9 10

EXERTION 1 2 3 4 5 6 7 8 9 10

ENERGY LEVEL 1 2 3 4 5 6 7 8 9 10

GLASSES OF WATER

1   2   3   4

5   6   7   8

BREAKFAST

____

____

____

____

____

LUNCH

____

____

____

____

DINNER

____

____

____

WARMUP

____
____
____
____
____
____

WORKOUT

____
____
____
____
____
____

RECOVERY

____
____
____
____
____
____

DATE : _______________   **DAILY LOG**

Mon   Tue   Wed   Thur   Fri   Sat   Sun

SLEEP   1 2 3 4 5 6 7 8 9 10   **BREAKFAST**

STRESS   1 2 3 4 5 6 7 8 9 10   _______________________

EXERTION   1 2 3 4 5 6 7 8 9 10   _______________________

ENERGY LEVEL   1 2 3 4 5 6 7 8 9 10   _______________________

GLASSES OF WATER   _______________________

1   2   3   4   _______________________

5   6   7   8

LUNCH   **DINNER**

_______________________   _______________________

_______________________   _______________________

_______________________   _______________________

_______________________   _______________________

WARMUP   **WORKOUT**   **RECOVERY**

_______________   _______________   _______________
_______________   _______________   _______________
_______________   _______________   _______________
_______________   _______________   _______________
_______________   _______________   _______________
_______________   _______________   _______________

DATE : ______________   DAILY LOG

Mon	Tue	Wed	Thur	Fri	Sat	Sun

SLEEP   1 2 3 4 5 6 7 8 9 10

STRESS   1 2 3 4 5 6 7 8 9 10

EXERTION   1 2 3 4 5 6 7 8 9 10

ENERGY LEVEL   1 2 3 4 5 6 7 8 9 10

GLASSES OF WATER

1   2   3   4

5   6   7   8

BREAKFAST

____

____

____

____

____

LUNCH

____

____

____

____

____

DINNER

____

____

____

____

WARMUP

____

____

____

____

____

WORKOUT

____

____

____

____

____

RECOVERY

____

____

____

____

____

DATE : _________________

DAILY LOG

Mon   Tue   Wed   Thur   Fri   Sat   Sun

SLEEP   1 2 3 4 5 6 7 8 9 10

STRESS   1 2 3 4 5 6 7 8 9 10

EXERTION   1 2 3 4 5 6 7 8 9 10

ENERGY LEVEL   1 2 3 4 5 6 7 8 9 10

GLASSES OF WATER

1   2   3   4

5   6   7   8

BREAKFAST

____

____

____

____

____

LUNCH

____

____

____

____

____

DINNER

____

____

____

____

____

WARMUP

WORKOUT

RECOVERY

DATE : _________________   # DAILY LOG

Mon   Tue   Wed   Thur   Fri   Sat   Sun

SLEEP   1 2 3 4 5 6 7 8 9 10   **BREAKFAST**

STRESS   1 2 3 4 5 6 7 8 9 10   _____________________

EXERTION   1 2 3 4 5 6 7 8 9 10   _____________________

ENERGY LEVEL   1 2 3 4 5 6 7 8 9 10   _____________________

GLASSES OF WATER   _____________________

1   2   3   4   _____________________

5   6   7   8

LUNCH   ## DINNER

_____________________   _____________________

_____________________   _____________________

_____________________   _____________________

_____________________   _____________________

____

WARMUP   ## WORKOUT   ## RECOVERY

_____________   _____________   _____________

_____________   _____________   _____________

_____________   _____________   _____________

_____________   _____________   _____________

_____________   _____________   _____________

_____________   _____________   _____________

DATE : _______________

DAILY LOG

Mon   Tue   Wed   Thur   Fri   Sat   Sun

SLEEP   1 2 3 4 5 6 7 8 9 10

STRESS   1 2 3 4 5 6 7 8 9 10

EXERTION   1 2 3 4 5 6 7 8 9 10

ENERGY LEVEL   1 2 3 4 5 6 7 8 9 10

GLASSES OF WATER

1   2   3   4

5   6   7   8

BREAKFAST

____

____

____

____

____

LUNCH

____

____

____

____

DINNER

____

____

____

____

WARMUP

____

____

____

____

____

____

WORKOUT

____

____

____

____

____

____

RECOVERY

____

____

____

____

____

____

DAILY LOG

DATE : ______________

| Mon | Tue | Wed | Thur | Fri | Sat | Sun |

SLEEP 1 2 3 4 5 6 7 8 9 10

STRESS 1 2 3 4 5 6 7 8 9 10

EXERTION 1 2 3 4 5 6 7 8 9 10

ENERGY LEVEL 1 2 3 4 5 6 7 8 9 10

GLASSES OF WATER

1 2 3 4

5 6 7 8

BREAKFAST

____

____

____

____

____

LUNCH

____

____

____

____

____

DINNER

____

____

____

____

WARMUP

____

____

____

____

____

____

WORKOUT

____

____

____

____

____

____

RECOVERY

____

____

____

____

____

____

DATE : ___________________   # DAILY LOG

Mon   Tue   Wed   Thur   Fri   Sat   Sun

SLEEP   1 2 3 4 5 6 7 8 9 10   **BREAKFAST**

STRESS   1 2 3 4 5 6 7 8 9 10   _______________________________

EXERTION   1 2 3 4 5 6 7 8 9 10   _______________________________

ENERGY LEVEL   1 2 3 4 5 6 7 8 9 10   _______________________________

GLASSES OF WATER   _______________________________

1   2   3   4   _______________________________

5   6   7   8

LUNCH   ## DINNER

_______________________________   _______________________________

_______________________________   _______________________________

_______________________________   _______________________________

_______________________________   _______________________________

_______________________________   _______________________________

WARMUP   ## WORKOUT   ## RECOVERY

_______________   _______________   _______________

_______________   _______________   _______________

_______________   _______________   _______________

_______________   _______________   _______________

_______________   _______________   _______________

_______________   _______________   _______________

DAILY LOG

DATE : _______________

Mon	Tue	Wed	Thur	Fri	Sat	Sun

SLEEP 1 2 3 4 5 6 7 8 9 10

STRESS 1 2 3 4 5 6 7 8 9 10

EXERTION 1 2 3 4 5 6 7 8 9 10

ENERGY LEVEL 1 2 3 4 5 6 7 8 9 10

GLASSES OF WATER

1   2   3   4

5   6   7   8

BREAKFAST

____

____

____

____

____

LUNCH

____

____

____

____

____

DINNER

____

____

____

____

WARMUP

____

____

____

____

____

____

WORKOUT

____

____

____

____

____

____

RECOVERY

____

____

____

____

____

____

DATE : _______________

DAILY LOG

Mon	Tue	Wed	Thur	Fri	Sat	Sun

SLEEP   1 2 3 4 5 6 7 8 9 10

STRESS   1 2 3 4 5 6 7 8 9 10

EXERTION   1 2 3 4 5 6 7 8 9 10

ENERGY LEVEL   1 2 3 4 5 6 7 8 9 10

GLASSES OF WATER

1	2	3	4
5	6	7	8

BREAKFAST

____

____

____

____

____

LUNCH

DINNER

WARMUP

WORKOUT

RECOVERY

DAILY LOG

DATE : _______________

Mon	Tue	Wed	Thur	Fri	Sat	Sun

SLEEP　　1 2 3 4 5 6 7 8 9 10

STRESS　　1 2 3 4 5 6 7 8 9 10

EXERTION　　1 2 3 4 5 6 7 8 9 10

ENERGY LEVEL　　1 2 3 4 5 6 7 8 9 10

GLASSES OF WATER

1　　2　　3　　4

5　　6　　7　　8

BREAKFAST

____

____

____

____

____

LUNCH

____

____

____

____

DINNER

____

____

____

____

WARMUP

____

____

____

____

____

WORKOUT

____

____

____

____

____

RECOVERY

____

____

____

____

____

DATE : _______________

DAILY LOG

| Mon | Tue | Wed | Thur | Fri | Sat | Sun |

SLEEP   1 2 3 4 5 6 7 8 9 10

STRESS   1 2 3 4 5 6 7 8 9 10

EXERTION   1 2 3 4 5 6 7 8 9 10

ENERGY LEVEL   1 2 3 4 5 6 7 8 9 10

GLASSES OF WATER

1   2   3   4

5   6   7   8

BREAKFAST

____

____

____

____

____

LUNCH

____

____

____

____

____

DINNER

____

____

____

____

WARMUP

____

____

____

____

____

____

WORKOUT

____

____

____

____

____

____

RECOVERY

____

____

____

____

____

____

DATE : _______________   # DAILY LOG

Mon   Tue   Wed   Thur   Fri   Sat   Sun

SLEEP   1 2 3 4 5 6 7 8 9 10   ## BREAKFAST

STRESS   1 2 3 4 5 6 7 8 9 10   _______________________

EXERTION   1 2 3 4 5 6 7 8 9 10   _______________________

ENERGY LEVEL   1 2 3 4 5 6 7 8 9 10   _______________________

GLASSES OF WATER   _______________________

1   2   3   4   _______________________

5   6   7   8   _______________________

LUNCH   ## DINNER

_______________________   _______________________

_______________________   _______________________

_______________________   _______________________

_______________________   _______________________

____

WARMUP   ## WORKOUT   ## RECOVERY

_______________   _______________   _______________
_______________   _______________   _______________
_______________   _______________   _______________
_______________   _______________   _______________
_______________   _______________   _______________
_______________   _______________   _______________

DATE : _________________   # DAILY LOG

Mon   Tue   Wed   Thur   Fri   Sat   Sun

SLEEP   1 2 3 4 5 6 7 8 9 10   **BREAKFAST**

STRESS   1 2 3 4 5 6 7 8 9 10   ___________________________

EXERTION   1 2 3 4 5 6 7 8 9 10   ___________________________

ENERGY LEVEL   1 2 3 4 5 6 7 8 9 10   ___________________________

GLASSES OF WATER   ___________________________

1   2   3   4   ___________________________

5   6   7   8

LUNCH   **DINNER**

___________________________   ___________________________

___________________________   ___________________________

___________________________   ___________________________

____

WARMUP   **WORKOUT**   **RECOVERY**

_____________   _____________   _____________

_____________   _____________   _____________

_____________   _____________   _____________

_____________   _____________   _____________

_____________   _____________   _____________

_____________   _____________   _____________

DATE : _______________   # DAILY LOG

Mon   Tue   Wed   Thur   Fri   Sat   Sun

SLEEP   1 2 3 4 5 6 7 8 9 10   **BREAKFAST**

STRESS   1 2 3 4 5 6 7 8 9 10   _______________________

EXERTION   1 2 3 4 5 6 7 8 9 10   _______________________

ENERGY LEVEL   1 2 3 4 5 6 7 8 9 10   _______________________

GLASSES OF WATER   _______________________

1   2   3   4   _______________________

5   6   7   8

LUNCH   ## DINNER

_______________________   _______________________

_______________________   _______________________

_______________________   _______________________

_______________________   _______________________

____

WARMUP   ## WORKOUT   ## RECOVERY

_____________   _____________   _____________

_____________   _____________   _____________

_____________   _____________   _____________

_____________   _____________   _____________

_____________   _____________   _____________

_____________   _____________   _____________

DATE : ________________   DAILY LOG

Mon	Tue	Wed	Thur	Fri	Sat	Sun

SLEEP 1 2 3 4 5 6 7 8 9 10

STRESS 1 2 3 4 5 6 7 8 9 10

EXERTION 1 2 3 4 5 6 7 8 9 10

ENERGY LEVEL 1 2 3 4 5 6 7 8 9 10

GLASSES OF WATER

1   2   3   4

5   6   7   8

BREAKFAST

____

____

____

____

____

LUNCH

____

____

____

____

DINNER

____

____

____

____

WARMUP

____

____

____

____

____

____

WORKOUT

____

____

____

____

____

____

RECOVERY

____

____

____

____

____

____

DATE : ______________   # DAILY LOG

Mon   Tue   Wed   Thur   Fri   Sat   Sun

SLEEP   1 2 3 4 5 6 7 8 9 10   ## BREAKFAST

STRESS   1 2 3 4 5 6 7 8 9 10   ______________________

EXERTION   1 2 3 4 5 6 7 8 9 10   ______________________

ENERGY LEVEL   1 2 3 4 5 6 7 8 9 10   ______________________

GLASSES OF WATER

1   2   3   4   ______________________

5   6   7   8   ______________________

LUNCH   ## DINNER

______________________   ______________________

______________________   ______________________

______________________   ______________________

______________________   ______________________

____

WARMUP   ## WORKOUT   ## RECOVERY

______________   ______________   ______________

______________   ______________   ______________

______________   ______________   ______________

______________   ______________   ______________

______________   ______________   ______________

______________   ______________   ______________

DATE : ______________________ # DAILY LOG

| Mon | Tue | Wed | Thur | Fri | Sat | Sun |

SLEEP 1 2 3 4 5 6 7 8 9 10

STRESS 1 2 3 4 5 6 7 8 9 10

EXERTION 1 2 3 4 5 6 7 8 9 10

ENERGY LEVEL 1 2 3 4 5 6 7 8 9 10

GLASSES OF WATER

| 1 | 2 | 3 | 4 |
| 5 | 6 | 7 | 8 |

BREAKFAST

____

____

____

____

____

LUNCH

____

____

____

____

DINNER

____

____

____

____

WARMUP

____

____

____

____

____

____

WORKOUT

____

____

____

____

____

____

RECOVERY

____

____

____

____

____

____

DATE : ________________   DAILY LOG

Mon	Tue	Wed	Thur	Fri	Sat	Sun

SLEEP   1 2 3 4 5 6 7 8 9 10

STRESS   1 2 3 4 5 6 7 8 9 10

EXERTION   1 2 3 4 5 6 7 8 9 10

ENERGY LEVEL   1 2 3 4 5 6 7 8 9 10

GLASSES OF WATER

1   2   3   4

5   6   7   8

BREAKFAST

____

____

____

____

____

LUNCH

DINNER

WARMUP   WORKOUT   RECOVERY

DATE : _______________

Mon	Tue	Wed	Thur	Fri	Sat	Sun

SLEEP 1 2 3 4 5 6 7 8 9 10

STRESS 1 2 3 4 5 6 7 8 9 10

EXERTION 1 2 3 4 5 6 7 8 9 10

ENERGY LEVEL 1 2 3 4 5 6 7 8 9 10

GLASSES OF WATER

1   2   3   4

5   6   7   8

BREAKFAST

____

____

____

____

____

LUNCH

____

____

____

____

DINNER

____

____

____

____

WARMUP

____
____
____
____
____

WORKOUT

____
____
____
____
____

RECOVERY

____
____
____
____
____

DATE : ______________

DAILY LOG

Mon	Tue	Wed	Thur	Fri	Sat	Sun

SLEEP   1 2 3 4 5 6 7 8 9 10

STRESS   1 2 3 4 5 6 7 8 9 10

EXERTION   1 2 3 4 5 6 7 8 9 10

ENERGY LEVEL   1 2 3 4 5 6 7 8 9 10

GLASSES OF WATER

1   2   3   4

5   6   7   8

BREAKFAST

____

____

____

____

____

LUNCH

____

____

____

____

____

DINNER

____

____

____

____

____

WARMUP

____

____

____

____

____

WORKOUT

____

____

____

____

____

RECOVERY

____

____

____

____

____

DATE : _________________   DAILY LOG

| Mon | Tue | Wed | Thur | Fri | Sat | Sun |

SLEEP   1 2 3 4 5 6 7 8 9 10

STRESS   1 2 3 4 5 6 7 8 9 10

EXERTION   1 2 3 4 5 6 7 8 9 10

ENERGY LEVEL   1 2 3 4 5 6 7 8 9 10

GLASSES OF WATER

1   2   3   4

5   6   7   8

LUNCH

BREAKFAST

DINNER

WARMUP

WORKOUT

RECOVERY

DATE : _______________   DAILY LOG

Mon   Tue   Wed   Thur   Fri   Sat   Sun

SLEEP   1 2 3 4 5 6 7 8 9 10

STRESS   1 2 3 4 5 6 7 8 9 10

EXERTION   1 2 3 4 5 6 7 8 9 10

ENERGY LEVEL   1 2 3 4 5 6 7 8 9 10

GLASSES OF WATER

1   2   3   4

5   6   7   8

BREAKFAST

____

____

____

____

____

LUNCH

____

____

____

____

____

DINNER

____

____

____

____

WARMUP

____

____

____

____

____

____

WORKOUT

____

____

____

____

____

____

RECOVERY

____

____

____

____

____

____

DATE : ________________   # DAILY LOG

Mon   Tue   Wed   Thur   Fri   Sat   Sun

SLEEP   1 2 3 4 5 6 7 8 9 10   **BREAKFAST**

STRESS   1 2 3 4 5 6 7 8 9 10   ________________________

EXERTION   1 2 3 4 5 6 7 8 9 10   ________________________

ENERGY LEVEL   1 2 3 4 5 6 7 8 9 10   ________________________

GLASSES OF WATER   ________________________

1   2   3   4   ________________________

5   6   7   8   ________________________

LUNCH   ## DINNER

________________________   ________________________

________________________   ________________________

________________________   ________________________

________________________   ________________________

WARMUP   ## WORKOUT   ## RECOVERY

__________   __________   __________

__________   __________   __________

__________   __________   __________

__________   __________   __________

__________   __________   __________

__________   __________   __________

DATE : ______________   DAILY LOG

Mon   Tue   Wed   Thur   Fri   Sat   Sun

SLEEP   1 2 3 4 5 6 7 8 9 10

STRESS   1 2 3 4 5 6 7 8 9 10

EXERTION   1 2 3 4 5 6 7 8 9 10

ENERGY LEVEL   1 2 3 4 5 6 7 8 9 10

GLASSES OF WATER

1   2   3   4

5   6   7   8

BREAKFAST

____

____

____

____

____

LUNCH

____

____

____

____

____

DINNER

____

____

____

____

WARMUP

____

____

____

____

____

____

WORKOUT

____

____

____

____

____

____

RECOVERY

____

____

____

____

____

____

DATE : _______________   # DAILY LOG

Mon   Tue   Wed   Thur   Fri   Sat   Sun

SLEEP   1 2 3 4 5 6 7 8 9 10   **BREAKFAST**

STRESS   1 2 3 4 5 6 7 8 9 10   _______________________

EXERTION   1 2 3 4 5 6 7 8 9 10   _______________________

ENERGY LEVEL   1 2 3 4 5 6 7 8 9 10   _______________________

GLASSES OF WATER   _______________________

1   2   3   4   _______________________

5   6   7   8

LUNCH   ## DINNER

_______________________   _______________________

_______________________   _______________________

_______________________   _______________________

_______________________   _______________________

____

WARMUP   ## WORKOUT   ## RECOVERY

__________________   __________________   __________________

__________________   __________________   __________________

__________________   __________________   __________________

__________________   __________________   __________________

__________________   __________________   __________________

__________________   __________________   __________________

DATE : ________________   # DAILY LOG

Mon   Tue   Wed   Thur   Fri   Sat   Sun

SLEEP   1 2 3 4 5 6 7 8 9 10   **BREAKFAST**

STRESS   1 2 3 4 5 6 7 8 9 10   ________________________

EXERTION   1 2 3 4 5 6 7 8 9 10   ________________________

ENERGY LEVEL   1 2 3 4 5 6 7 8 9 10   ________________________

GLASSES OF WATER   ________________________

1   2   3   4   ________________________

5   6   7   8

LUNCH   ## DINNER

________________________   ________________________

________________________   ________________________

________________________   ________________________

________________________   ________________________

________________________   ________________________

WARMUP   ## WORKOUT   ## RECOVERY

____________   ____________   ____________

____________   ____________   ____________

____________   ____________   ____________

____________   ____________   ____________

____________   ____________   ____________

____________   ____________   ____________

DATE : ___________   **DAILY LOG**

Mon   Tue   Wed   Thur   Fri   Sat   Sun

SLEEP   1 2 3 4 5 6 7 8 9 10   **BREAKFAST**

STRESS   1 2 3 4 5 6 7 8 9 10   ___________________________

EXERTION   1 2 3 4 5 6 7 8 9 10   ___________________________

ENERGY LEVEL   1 2 3 4 5 6 7 8 9 10   ___________________________

GLASSES OF WATER   ___________________________

1   2   3   4   ___________________________

5   6   7   8

LUNCH   **DINNER**

___________________________   ___________________________

___________________________   ___________________________

___________________________   ___________________________

___________________________   ___________________________

WARMUP   **WORKOUT**   **RECOVERY**

___________   ___________   ___________

___________   ___________   ___________

___________   ___________   ___________

___________   ___________   ___________

___________   ___________   ___________

___________   ___________   ___________

DATE : _______________   # DAILY LOG

Mon   Tue   Wed   Thur   Fri   Sat   Sun

SLEEP   1 2 3 4 5 6 7 8 9 10   ## BREAKFAST

STRESS   1 2 3 4 5 6 7 8 9 10   _______________________

EXERTION   1 2 3 4 5 6 7 8 9 10   _______________________

ENERGY LEVEL   1 2 3 4 5 6 7 8 9 10   _______________________

GLASSES OF WATER   _______________________

1   2   3   4   _______________________

5   6   7   8

LUNCH   ## DINNER

_______________________   _______________________

_______________________   _______________________

_______________________   _______________________

_______________________   _______________________

____

WARMUP   ## WORKOUT   ## RECOVERY

_______________   _______________   _______________

_______________   _______________   _______________

_______________   _______________   _______________

_______________   _______________   _______________

_______________   _______________   _______________

_______________   _______________   _______________

DATE : ________________   **DAILY LOG**

Mon   Tue   Wed   Thur   Fri   Sat   Sun

SLEEP   1 2 3 4 5 6 7 8 9 10   **BREAKFAST**

STRESS   1 2 3 4 5 6 7 8 9 10   _______________________

EXERTION   1 2 3 4 5 6 7 8 9 10   _______________________

ENERGY LEVEL   1 2 3 4 5 6 7 8 9 10   _______________________

GLASSES OF WATER   _______________________

1   2   3   4   _______________________

5   6   7   8

LUNCH   ## DINNER

_______________________   _______________________

_______________________   _______________________

_______________________   _______________________

_______________________   _______________________

WARMUP   ## WORKOUT   ## RECOVERY

_______________   _______________   _______________
_______________   _______________   _______________
_______________   _______________   _______________
_______________   _______________   _______________
_______________   _______________   _______________
_______________   _______________   _______________

DATE : ______________   # DAILY LOG

Mon   Tue   Wed   Thur   Fri   Sat   Sun

SLEEP   1 2 3 4 5 6 7 8 9 10   **BREAKFAST**

STRESS   1 2 3 4 5 6 7 8 9 10   ______________________

EXERTION   1 2 3 4 5 6 7 8 9 10   ______________________

ENERGY LEVEL   1 2 3 4 5 6 7 8 9 10   ______________________

GLASSES OF WATER   ______________________

1   2   3   4   ______________________

5   6   7   8

LUNCH   ## DINNER

______________________   ______________________

______________________   ______________________

______________________   ______________________

______________________   ______________________

____

WARMUP   ## WORKOUT   ## RECOVERY

______________   ______________   ______________
______________   ______________   ______________
______________   ______________   ______________
______________   ______________   ______________
______________   ______________   ______________
______________   ______________   ______________

DATE : ________________   # DAILY LOG

Mon   Tue   Wed   Thur   Fri   Sat   Sun

SLEEP   1 2 3 4 5 6 7 8 9 10

STRESS   1 2 3 4 5 6 7 8 9 10

EXERTION   1 2 3 4 5 6 7 8 9 10

ENERGY LEVEL   1 2 3 4 5 6 7 8 9 10

GLASSES OF WATER

1   2   3   4

5   6   7   8

BREAKFAST

____

____

____

____

____

LUNCH

____

____

____

____

____

DINNER

____

____

____

____

WARMUP

____

____

____

____

____

WORKOUT

____

____

____

____

____

RECOVERY

____

____

____

____

____

DAILY LOG

DATE : ______________

Mon	Tue	Wed	Thur	Fri	Sat	Sun

SLEEP 1 2 3 4 5 6 7 8 9 10

STRESS 1 2 3 4 5 6 7 8 9 10

EXERTION 1 2 3 4 5 6 7 8 9 10

ENERGY LEVEL 1 2 3 4 5 6 7 8 9 10

GLASSES OF WATER

1   2   3   4

5   6   7   8

BREAKFAST

____

____

____

____

____

LUNCH

____

____

____

____

DINNER

____

____

____

____

WARMUP

____

____

____

____

____

WORKOUT

____

____

____

____

____

RECOVERY

____

____

____

____

____

DATE : _________________

DAILY LOG

Mon   Tue   Wed   Thur   Fri   Sat   Sun

SLEEP   1 2 3 4 5 6 7 8 9 10

STRESS   1 2 3 4 5 6 7 8 9 10

EXERTION   1 2 3 4 5 6 7 8 9 10

ENERGY LEVEL   1 2 3 4 5 6 7 8 9 10

GLASSES OF WATER

1	2	3	4
5	6	7	8

BREAKFAST

____

____

____

____

____

LUNCH

____

____

____

____

____

DINNER

____

____

____

____

WARMUP

____

____

____

____

____

____

WORKOUT

____

____

____

____

____

____

RECOVERY

____

____

____

____

____

____

DATE : ______________   # DAILY LOG

Mon   Tue   Wed   Thur   Fri   Sat   Sun

SLEEP   1 2 3 4 5 6 7 8 9 10   **BREAKFAST**

STRESS   1 2 3 4 5 6 7 8 9 10   ________________________

EXERTION   1 2 3 4 5 6 7 8 9 10   ________________________

ENERGY LEVEL   1 2 3 4 5 6 7 8 9 10   ________________________

GLASSES OF WATER   ________________________

1   2   3   4   ________________________

5   6   7   8   ________________________

LUNCH   ## DINNER

________________________   ________________________

________________________   ________________________

________________________   ________________________

________________________   ________________________

WARMUP   ## WORKOUT   ## RECOVERY

____________   ____________   ____________

____________   ____________   ____________

____________   ____________   ____________

____________   ____________   ____________

____________   ____________   ____________

____________   ____________   ____________

DAILY LOG

Mon   Tue   Wed   Thur   Fri   Sat   Sun

SLEEP 1 2 3 4 5 6 7 8 9 10

STRESS 1 2 3 4 5 6 7 8 9 10

EXERTION 1 2 3 4 5 6 7 8 9 10

ENERGY LEVEL 1 2 3 4 5 6 7 8 9 10

GLASSES OF WATER

1   2   3   4

5   6   7   8

LUNCH

BREAKFAST

DINNER

WARMUP

WORKOUT

RECOVERY

DATE : _______________   # DAILY LOG

Mon   Tue   Wed   Thur   Fri   Sat   Sun

SLEEP   1 2 3 4 5 6 7 8 9 10   ## BREAKFAST

STRESS   1 2 3 4 5 6 7 8 9 10   ________________________

EXERTION   1 2 3 4 5 6 7 8 9 10   ________________________

ENERGY LEVEL   1 2 3 4 5 6 7 8 9 10   ________________________

GLASSES OF WATER   ________________________

1   2   3   4   ________________________

5   6   7   8

LUNCH   ## DINNER

________________________   ________________________

________________________   ________________________

________________________   ________________________

____

WARMUP   ## WORKOUT   ## RECOVERY

__________________   __________________   __________________

__________________   __________________   __________________

__________________   __________________   __________________

__________________   __________________   __________________

__________________   __________________   __________________

____

DATE : _________________ # DAILY LOG

Mon   Tue   Wed   Thur   Fri   Sat   Sun

SLEEP   1 2 3 4 5 6 7 8 9 10

STRESS   1 2 3 4 5 6 7 8 9 10

EXERTION   1 2 3 4 5 6 7 8 9 10

ENERGY LEVEL   1 2 3 4 5 6 7 8 9 10

GLASSES OF WATER

1   2   3   4

5   6   7   8

BREAKFAST

____

____

____

____

____

LUNCH

____

____

____

____

____

DINNER

____

____

____

____

WARMUP

____

____

____

____

____

____

WORKOUT

____

____

____

____

____

____

RECOVERY

____

____

____

____

____

____

DATE : ________________

DAILY LOG

| Mon | Tue | Wed | Thur | Fri | Sat | Sun |

SLEEP 1 2 3 4 5 6 7 8 9 10

STRESS 1 2 3 4 5 6 7 8 9 10

EXERTION 1 2 3 4 5 6 7 8 9 10

ENERGY LEVEL 1 2 3 4 5 6 7 8 9 10

GLASSES OF WATER

1   2   3   4

5   6   7   8

BREAKFAST

____

____

____

____

____

LUNCH

____

____

____

____

DINNER

____

____

____

____

WARMUP

____

____

____

____

____

____

WORKOUT

____

____

____

____

____

____

RECOVERY

____

____

____

____

____

____

DAILY LOG

DATE : ________________

Mon	Tue	Wed	Thur	Fri	Sat	Sun

SLEEP 1 2 3 4 5 6 7 8 9 10

STRESS 1 2 3 4 5 6 7 8 9 10

EXERTION 1 2 3 4 5 6 7 8 9 10

ENERGY LEVEL 1 2 3 4 5 6 7 8 9 10

GLASSES OF WATER

1   2   3   4

5   6   7   8

BREAKFAST

____

____

____

____

____

LUNCH

____

____

____

____

____

DINNER

____

____

____

____

____

WARMUP

____
____
____
____
____
____

WORKOUT

____
____
____
____
____
____

RECOVERY

____
____
____
____
____
____